YEH-HSIEN

retold by Dawn Casey

illustrated by Richard Holland

Vietnamese translation by Nguyen Thu Hien & Ben Lovett

Mantra Lingua

Ngày xửa ngày xưa, ở một vùng phía nam Trung Quốc, trong cuốn sách cổ kể lại rằng, có một cô bé tên là Yeh-hsien đã sống ở đây. Từ khi còn bé Yeh-hsien đã rất thông minh và tốt bụng. Khi lớn lên cô bé đã chịu nhiều đau buồn, mẹ qua đời, và tiếp theo là cha cũng qua đời. Yeh-hsien phải ở với mẹ kế.

Nhưng bà mẹ kế có một cô con gái riêng, và không yêu thương Yeh-hsien chút nào. Bà mẹ kế hầu như chẳng cho cô bé ăn gì và bắt ăn mặc rách rưới. Bà ta bắt Yeh-hsien đi kiếm củi ở những nơi nguy hiểm nhất ở trong rừng và lấy nước từ những vực sâu nhất.
Yeh-hsien chỉ có một người bạn duy nhất...

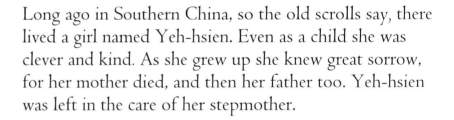

Long ago in Southern China, so the old scrolls say, there lived a girl named Yeh-hsien. Even as a child she was clever and kind. As she grew up she knew great sorrow, for her mother died, and then her father too. Yeh-hsien was left in the care of her stepmother.

But the stepmother had a daughter of her own, and had no love for Yeh-hsien. She gave her hardly a scrap to eat and dressed her in nothing but tatters and rags. She forced Yeh-hsien to collect firewood from the most dangerous forests and draw water from the deepest pools.
Yeh-hsien had only one friend...

...một chú cá nhỏ có vây màu đỏ và mắt màu vàng. Lúc đầu, khi Yeh-hsien mới bắt được cá còn rất nhỏ. Nhưng cô bé đã nuôi cá với tất cả thức ăn và lòng yêu thương, và không lâu sau chú cá trở nên rất to. Khi nào cô bé ra ao thăm chú cá nổi lên trên mặt nước và ghé vào bên bờ ao cạnh Yeh-hsien. Không ai biết điều bí mật này. Cho đến tận khi, vào một ngày, bà mẹ kế hỏi cô con gái, "Yeh-hsien mang cơm đi đâu thế nhỉ?"

"Sao mẹ không đi theo xem nó làm gì?" cô con gái nói.

Thế là, trốn sau bụi lau, bà mẹ kế đợi và rình xem. Khi Yeh-hsien rời khỏi, mụ ta thọc tay xuống ao và khua khoắng. "Cá! Này cá!" mụ ta gọi to. Nhưng chú cá lặn sâu ở dưới nước một cách an toàn. "Đồ khốn kiếp," bà mẹ kế nguyền rủa. "Tao sẽ bắt được mày..."

...a tiny fish with red fins and golden eyes. At least, he was tiny when Yeh-hsien first found him. But she nourished her fish with food and with love, and soon he grew to an enormous size. Whenever she visited his pond the fish always raised his head out of the water and rested it on the bank beside her. No one knew her secret. Until, one day, the stepmother asked her daughter, "Where does Yeh-hsien go with her grains of rice?"

"Why don't you follow her?" suggested the daughter, "and find out."

So, behind a clump of reeds, the stepmother waited and watched. When she saw Yeh-hsien leave, she thrust her hand into the pool and thrashed it about. "Fish! Oh fish!" she crooned. But the fish stayed safely underwater. "Wretched creature," the stepmother cursed. "I'll get you…"

"Không phải con đã làm việc hết sức chăm chỉ sao!" bà mẹ kế nói với Yeh-hsien sau ngày hôm đó. "Con xứng đáng được mặc quần áo mới." Và mụ ta bảo Yeh-hsien thay bộ quần áo cũ và rách rưới ra. "Bây giờ con hãy ra suối lấy nước. Không cần phải vội vã về nhà ngay."

Ngay sau khi Yeh-hsien đi khỏi, mụ ta mặc bộ quần áo rách rưới đó vào, và hối hả đi ra ao. Mụ ta giấu con dao ở dưới ống tay áo.

"Haven't you worked hard!" the stepmother said to Yeh-hsien later that day. "You deserve a new dress." And she made Yeh-hsien change out of her tattered old clothing. "Now, go and get water from the spring. No need to hurry back."

As soon as Yeh-hsien was gone, the stepmother pulled on the ragged dress, and hurried to the pond. Hidden up her sleeve she carried a knife.

Chú cá nhận ra bộ quần áo của Yeh-hsien và ngay lập tức nổi lên mặt nước. Sau đó bà mẹ kế lấy lưỡi dao đâm xuống. Cả thân hình đồ xộ của chú cá giãy đạp nhảy ra khỏi ao và quằn quại trên bờ. Chết.

"Ngon tuyệt," bà mẹ kế nói một cách hả hê, lúc mụ ta nấu và ăn thịt chú cá tối ngày hôm đó. "Nó ngon gấp hai lần thịt của con cá bình thường." Hai mẹ con, bà mẹ kế và cô con gái của mụ ta ăn hết đến phần thịt cuối cùng người bạn của Yeh-hsien.

The fish saw Yeh-hsien's dress and in a moment he raised his head out of the water. In the next the stepmother plunged in her dagger. The huge body flapped out of the pond and flopped onto the bank. Dead.

"Delicious," gloated the stepmother, as she cooked and served the flesh that night. "It tastes twice as good as an ordinary fish." And between them, the stepmother and her daughter ate up every last bit of Yeh-hsien's friend.

Ngày hôm sau, khi Yeh-hsien gọi cá thì chẳng thấy cá đâu. Cô bé gọi gọi mãi giọng cô bé trở nên rất lạ và cao vút. Bụng cảm thấy cuồn cuộn. Miệng thì khô khốc. Yeh-hsien dùng tay và chân khua đám bèo tấm, nhưng cô bé chẳng nhìn thấy gì cả ngoài những viên sỏi lấp lánh dưới ánh mặt trời. Và cô bé nhận ra rằng người bạn duy nhất của mình không còn nữa.

Khóc lóc buồn bã, Yeh-hsien đáng thương cào cấu mặt đất và vùi đầu vào hai bàn tay. Vì thế cô bé không biết ông bụt hiện ra từ phía trời xanh.

The next day, when Yeh-hsien called for her fish there was no answer. When she called again her voice came out strange and high. Her stomach felt tight. Her mouth was dry. On hands and knees Yeh-hsien parted the duckweed, but saw nothing but pebbles glinting in the sun. And she knew that her only friend was gone.

Weeping and wailing, poor Yeh-hsien crumpled to the ground and buried her head in her hands. So she did not notice the old man floating down from the sky.

Một làn gió khẽ động vào trán cô bé, Yeh-hsien ngẩng lên với đôi mắt mọng đỏ. Ông bụt nhìn xống. Tóc buông dài và quần áo dản dị nhưng đôi mắt của ông bụt chứa đầy lòng thương.

"Con đừng khóc nữa," ông bụt khẽ bảo. "Bà mẹ kế đã giết cá của con rồi và xương thì chôn trong đống phân chuồng. Con hãy đi tìm xương cá. Chúng chứa những điều kỳ diệu. Tất cả những gì con muốn, xương cá sẽ ban cho con."

A breath of wind touched her brow, and with reddened eyes Yeh-hsien looked up. The old man looked down. His hair was loose and his clothes were coarse but his eyes were full of compassion.

"Don't cry," he said gently. "Your stepmother killed your fish and hid the bones in the dung heap. Go, fetch the fish bones. They contain powerful magic. Whatever you wish for, they will grant it."

Yeh-hsien nghe theo lời khuyên của ông bụt và giấu xương cá ở trong phòng của mình. Cô bé thường mang xương cá ra ôm. Xương cá nhẵn bóng và mát và nặng trong bàn tay của cô bé. Bình thường thì cô bé chỉ tưởng nhớ đến người bạn của mình. Nhưng thỉnh thoảng cô bé cũng ước những điều ước.

Bây giờ Yeh-hsien có tất cả thức ăn và quần áo mà cô bé cần, cả ngọc bích quý giá và những viên ngọc trai màu ánh trăng.

Yeh-hsien followed the wise man's advice and hid the fish bones in her room. She would often take them out and hold them. They felt smooth and cool and heavy in her hands. Mostly, she remembered her friend. But sometimes, she made a wish.

Now Yeh-hsien had all the food and clothes she needed, as well as precious jade and moon-pale pearls.

Không lâu sau hương của hoa mai nở báo hiệu mùa xuân đến. Đó là thời gian của Lễ Hội Mùa Xuân, mọi người tập trung nhau lại để tỏ lòng tôn kính tổ tiên và là thời gian cho trai gái tìm vợ kiếm chồng.

"Ồ, mình cũng muốn đi hội," Yeh-hsien thở dài.

Soon the scent of plum blossom announced the arrival of spring. It was time for the Spring Festival, where people gathered to honour their ancestors and young women and men hoped to find husbands and wives.

"Oh, how I would love to go," Yeh-hsien sighed.

"Mày á?!" bà mẹ kế nói. "Mày không được đi hội!"
"*Mày* phải ở nhà và trông vườn quả," bà mẹ kế ra lệnh.
Có thể mọi việc như vậy. Hoặc có thể diễn ra như lời bà mẹ kế nói
nếu như Yeh-hsien không quyết tâm đi hội.

"You?!" said the stepsister. "You can't go!"
"*You* must stay and guard the fruit trees," ordered the stepmother.
So that was that. Or it would have been if Yeh-hsien had not been so determined.

Khi bà mẹ kế và cô con gái đi khỏi, Yeh-hsien quỳ xuống bên xương cá và ước. Điều ước được ban ngay lập tức.

Yeh-hsien mặc áo choàng lụa tơ tằm, và áo được trang điểm bằng lông của chim bói cá. Mỗi chiếc lông đều sáng lên rực rỡ. Và khi Yeh-hsien quay người từ bên này sang bên kia, mỗi chiếc lông sáng lung linh nhiều màu xanh khác nhau mà con người có thể tưởng tượng ra – màu xanh chàm, màu xanh da trời, màu xanh ngọc, và mặt trời làm cái ao nơi chú cá đã sống ánh lên những tia sáng màu xanh lục. Dưới chân cô bé đi đôi giày vàng. Nhìn yêu kiều thướt tha như cây thánh liễu đung đưa trong gió, Yeh-hsien lướt đi.

Once her stepmother and stepsister were out of sight, Yeh-hsien knelt before her fish bones and made her wish. It was granted in an instant.

Yeh-hsien was clothed in a robe of silk, and her cloak was crafted from kingfisher feathers. Each feather was dazzling bright. And as Yeh-hsien moved this way and that, each shimmered through every shade of blue imaginable – indigo, lapis, turquoise, and the sun-sparkled blue of the pond where her fish had lived. On her feet were shoes of gold. Looking as graceful as the willow that sways with the wind, Yeh-hsien slipped away.

Khi cô bé đi về phía lễ hội, Yeh-hsien cảm thấy mặt đất như rung lên nhè nhẹ với những vũ điệu. Cô bé ngửi thấy mùi của những miếng thịt rán xèo xèo và mùi rượu ngâm gia vị. Cô bé nghe thấy tiếng nhạc, tiếng hát, tiếng cười. Và ở mọi nơi cô bé nhìn vào tất cả mọi người đều say mê chơi hội. Yeh-hsien rạng rỡ trong niềm vui.

As she approached the festival, Yeh-hsien felt the ground tremble with the rhythm of dancing. She could smell tender meats sizzling and warm spiced wine. She could hear music, singing, laughter. And everywhere she looked people were having a wonderful time. Yeh-hsien beamed with joy.

Nhiều người quay nhìn về phía cô gái lạ sinh đẹp.

"Con bé đó *là* ai thế nhỉ?" bà mẹ kế tự hỏi và nhìn chằm chằm vào Yeh-hsien.

"Nó nhìn giống con Yeh-hsien," chị gái con bà mẹ kế nói, cùng với cái cau mày khó hiểu.

Many heads turned towards the beautiful stranger.

"Who *is* that girl?" wondered the stepmother, peering at Yeh-hsien.

"She looks a little like Yeh-hsien," said the stepsister, with a puzzled frown.

Yeh-hsien cảm nhận được cái nhìn của bà mẹ kế và cô chị gái và ngoảnh đầu lại, và cô bé đối diện với bà mẹ kế. Tim cô bé đựng đứng và nụ cười tắt lịm.

Yeh-hsien nhanh chóng chạy trốn khỏi hội nên một chiếc giày tuột khỏi chân. Nhưng cô bé không dám dừng lại để nhặt, và chạy thẳng về nhà với một chiếc chân trần.

Yeh-hsien felt the force of their stares and turned around, and found herself face to face with her stepmother. Her heart froze and her smile fell.
Yeh-hsien fled in such a hurry that one of her shoes slipped from her foot.
But she dared not stop to pick it up, and she ran all the way home with one foot bare.

Khi bà mẹ kế trở về nhà, bà ta thấy Yeh-hsien đang ngủ, hai tay ôm lấy thân cây trong vườn. Mụ ta nhìn chằm chằm vào Yeh-hsien một lúc lâu rồi cười khìn khịt. "Hừm! Sao mà tao lại có thể tưởng tượng *mày* là cô gái ở trong hội đó kia chứ? Thật là nực cười!" Vì thế bà mẹ kế không còn bận tâm gì về điều đó nữa.

Thế còn điều gì xảy ra với chiếc giày vàng bị rơi đó? Chiếc giày này ẩn phía dưới lớp cỏ dài, mưa gột rửa và sương đậu thành giọt.

When the stepmother returned home, she found Yeh-hsien asleep, with her arms around one of the trees in the garden. For some time she stared at her stepdaughter, then she gave a snort of laughter. "Huh! How could I ever have imagined *you* were the woman at the festival? Ridiculous!" So she thought no more about it.

And what had happened to the golden shoe? It lay hidden in the long grass, washed by rain and beaded by dew.

Vào một buổi sáng, một quý ông đi dạo trong sương sớm. Ánh vàng lấp lánh thu hút sự chú ý của ông ta. "Cái gì thế này?" ông thốt lên và nhặt lấy chiếc giày, "...một vật thật đặc biệt." Ông ta mang chiếc giày đó đến hòn đảo láng giềng, To'han, và dâng nó lên vua.

"Chiếc hài này thật tuyệt diệu," nhà vua trầm trồ, lật chiếc giày trên tay. "Nếu ta tìm được người phụ nữ nào đi vừa chiếc giày này, ta sẽ cưới làm vợ." Nhà vua cho đòi tất cả phụ nữ trong hoàng cung đến thử chiếc giày, nhưng chiếc giày vẫn nhỏ hơn khoảng một phân so với bàn chân nhỏ nhất. "Ta sẽ tìm kiếm khắp vương quốc," nhà vua nói. Nhưng không có một bàn chân nào đi vừa chiếc giày.
"Ta phải tìm bằng được người phụ nữ đi vừa chiếc giày này," nhà vua tuyên bố.
"Nhưng bằng cách nào?"
Cuối cùng thì một ý tưởng bất chợt đến.

In the morning, a young man strolled through the mist. The glitter of gold caught his eye. "What's this?" he gasped, picking up the shoe, "...something special." The man took the shoe to the neighbouring island, To'han, and presented it to the king.

"This slipper is exquisite," marvelled the king, turning it over in his hands. "If I can find the woman who fits such a shoe, I will have found a wife." The king ordered all the women in his household to try on the shoe, but it was an inch too small for even the smallest foot. "I'll search the whole kingdom," he vowed. But not one foot fitted.
"I must find the woman who fits this shoe," the king declared. "But how?"
At last an idea came to him.

Nhà vua và quân lính đặt chiếc giày ở bên đường. Sau đó trốn và chờ xem
có ai đến nhận chiếc giày.
Khi một cô bé rách rưới đến nhặt chiếc giày quân lính nghĩ cô là kẻ trộm.
Nhưng nhà vua nhìn vào đôi chân của cô bé.
"Hãy đi theo cô bé," nhà vua ra lệnh một cách khẽ khàng.

"Mở cửa ra!" quân lính quát lớn và đập vào cửa nhà Yeh-hsien. Nhà vua
tìm kiếm khắp các buồng trong nhà và thấy Yeh-hsien. Trên tay Yeh-hsien
đang cầm chiếc giày vàng đó.
"Hãy đi thử chiếc giày vào," nhà vua truyền lệnh.

The king and his servants placed the shoe by the wayside. Then they hid and
watched to see if anyone would come to claim it.
When a ragged girl stole away with the shoe the king's men thought her a thief.
But the king was staring at her feet.
"Follow her," he said quietly.

"Open up!" the king's men hollered as they hammered at Yeh-hsien's door.
The king searched the innermost rooms, and found Yeh-hsien.
In her hand was the golden shoe.
"Please," said the king, "put it on."

Bà mẹ kế và cô con gái miệng há hốc miệng đứng xem khi Yeh-hsien đi vào chỗ kín. Cô bé quay trở ra với chiếc áo choàng trang điểm lông chim và đôi giày vàng. Cô bé đẹp như tiên giáng thế. Và nhà vua biết rằng mình đã tìm được người thương yêu.

Và sau đó Yeh-hsien cưới vua. Có đèn lồng và cờ quạt, chiêng và trống, và bữa tiệc thịnh soạn. Lễ cưới được diễn ra trong vòng bảy ngày.

The stepmother and stepsister watched with mouths agape as Yeh-hsien went to her hiding place. She returned wearing her cloak of feathers and both her golden shoes. She was as beautiful as a heavenly being. And the king knew that he had found his love.

And so Yeh-hsien married the king. There were lanterns and banners, gongs and drums, and the most delicious delicacies.
The celebrations lasted for seven days.

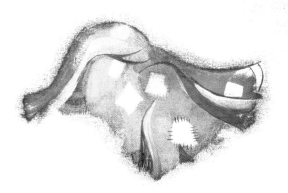

Yeh-hsien và nhà vua có tất cả mọi thứ họ muốn. Một buổi tối nhà vua và Yeh-hsien chôn xương cá bên bờ biển để thủy triều đưa xương cá ra xa.

Linh hồn của cá được tự do; bơi lội trong lòng biển tỏa ánh mặt trời mãi mãi.

Yeh-hsien and her king had everything they could possibly wish for. One night they buried the fish bones down by the sea-shore where they were washed away by the tide.

The spirit of the fish was free: to swim in sun-sparkled seas forever.